Trên bãi hoang có một
cái rừng nhỏ tối, thật là tối.

On the moor there was
a dark, dark wood.

N,

mantra

Ngày xửa, ngày xửa có mọt
bãi hoang tối, thật là tối.

Once upon a time there
was a dark, dark moor.

Trong rừng nhỏ có một,
cái nhà tối, thật là tối.

In the wood there was
a dark, dark house.

Trước cửa căn nhà có một
cái cửa tối, thật là tối.

At the front of the house
there was a dark, dark door.

Đằng sau cái cửa có một
cái hành lang tối, thật là tối.

Behind the door there
was a dark, dark hall.

Ở hành lang có một cái cầu thang tối, thật là tối.

In the hall there were some dark, dark stairs.

Up the stairs there was
a dark, dark passage.

Ở trên gác có một
cái lối đi tối, thật là tối.

Ở ngang lối đi có một
cái rèm cửa tối, thật là tối.

Across the passage was
a dark, dark curtain.

Đằng sau cái rèm cửa có một
cái phòng tối, thật là tối.

Behind the curtain was
a dark, dark room.

Ở trong cái phòng có một
cái tủ tối, thật là tối.

In the room was a dark,
dark cupboard.

Ở trong cái tủ có một cái góc tối, thật là tối.

In the cupboard was a dark, dark corner.

Ở trong cái góc đó có một
cái hộp tối, thật là tối.

In the corner was
a dark, dark box.

Và trong cái hộp
có ... MỘT CON CHUỘT!

And in the box there
was ... A MOUSE!

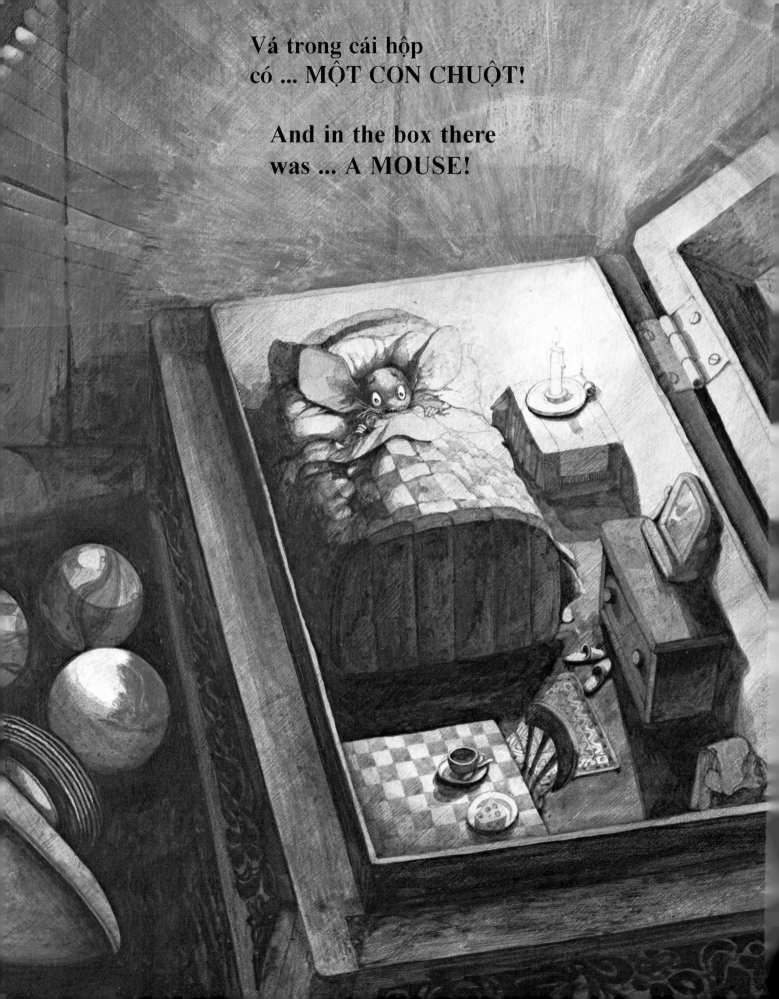